Making Out in Vietnamese

Revised Edition

by Peter Constantine

revised by Ton-That Quynh Du

TUTTLE PUBLISHING
Boston • Rutland, Vermont • Tokyo

Published by Tuttle Publishing,
an imprint of Periplus Editions (HK) Ltd.,
with editorial offices at 153 Milk Street, Boston, MA 02109 and
130 Joo Seng Road,#06-01/03, Singapore 368357

LCC Card No. 97-60298
ISBN 0-8048-3383-4

Printed in Singapore

Distributed by:

Japan
Tuttle Publishing
Yaekari Building 3F
5-4-12 Osaki, Shinagawa-ku
Tokyo 1410032, Japan
Tel: (03) 5437 0171; Fax: (03) 5437 0755
Email: tuttle-sales@gol.com

North America, Latin America & Europe
Tuttle Publishing
364 Innovation Drive
North Clarendon, VT 05759-9436, USA
Tel: (802) 773 8930; Fax: (802) 773 6993
Email: info@tuttlepublishing.com
www.tuttlepublishing.com

Asia-Pacific
Berkeley Books Pte Ltd
130 Joo Seng Road, 06-01/03, Singapore 368357
Tel: (65) 6280 1330; Fax: (65) 6280 6290
Email: inquiries@periplus.com.sg

Indonesia
PT Java Books Indonesia
Jl. Kelapa Gading Kirana
Blok A14 No. 17, Jakarta 14240, Indonesia
Tel: (62-21) 451 5351; Fax: (62-21) 453 4987
Email: cs@javabooks.co.id

10 09 08 07 06 05 04
7 6 5 4 3 2 1

Contents

Introduction

Making Out in Vietnamese is your guide to the trendy, upbeat, and colloquial Vietnamese spoken on the streets of Ho Chi Minh City.

In eleven easy chapters, this book will introduce you to the simple language you need to meet people, eat out, shop—even paint the town red or fall in love. There are no long-winded exercises, no complex rules, no verb drills! Whether you are a novice in Vietnamese or already have some working knowledge of the language, this book will put hundreds of handy expressions at your fingertips.

Making Out in Vietnamese goes a step beyond textbook Vietnamese. Besides teaching you what to say in your day-to-day dealings, it also tells you what expressions are too risqué to handle. This is the first book to candidly print some of the sharpest insults on the Vietnamese scene, insults that would easily throw a New York or London taxi driver.

As language lives, breathes, and changes with the times, it remains in every sense a mirror of a culture. *Making Out in Vietnamese* captures the living language of a country that is only now opening to the West: in Ho Chi Minh City you might take a sip of three-lizard liquor while listening to **nhac** rap— Vietnamese rap music. The words and phrases used by Vietnam's younger generation gives us a glimpse into the everyday life of an old, rich culture attuning itself to the modern world.

The standard southern dialect used throughout the book, although different from the Hanoi dialect, is readily understood throughout Vietnam.

Hanoi, for example, says **bwít** *(bwéet)* for "bus," while Ho Chi Minh City says *béet*.

Hanoi says **chúk** *(chóok)* "a little," Ho Chi Minh City says **chút** *(chóot)*.

These dialectal variations—often quite minor—have been compared to the variations between British and American English.

INFORMATION

The Vietnamese language, a Mon-Khmer (Austroasiatic) language with many Chinese elements, is the official language of Vietnam (the Socialist Republic of Vietnam).

Grammatically, Vietnamese is relatively simple—the word order (Subject-Verb-Object) is similar to that of English. Unlike German or French the nouns are not marked for gender. Verbs also remain completely invariable—they are not marked for tense (e.g. past and present tense):

> **Tôi là** *(toh-ee là)*—I am
> **Anh là** *(ahnh là)*—You are
> **Ảnh là** *(ảhnh là)*—He is
> **Cổ là** *(cổh là)*—She is

> **Chúng tôi là** *(chóong toh-ee là)*—We are
> **Các anh là** *(cáhc ahnh là)*—You are
> **Các ảnh là** *(cáhc ảhnh là)*—They are

In the subsequent chapters, Vietnamese script is placed next to the English text. The phonetic transcription adopted is devised to reflect the closest English equivalent to a particular speech sound in Vietnamese. This is placed below the Vietnamese script for easy referencing. Where necessary, a hyphen (-) is included to aid pronunciation and avoid any confusion.

PERSONAL PRONOUNS

Personal pronouns in Vietnamese—"I," "you," "he," "she"—present a hurdle for English speakers. There are different words for each pronoun, each signifying a different level of politeness. The words for "you" can be particularly sticky, but don't worry if you make a mistake: as a foreigner you are not expected to observe the fine points.

I

Tôi *(tohi)*—the formal word for "I."
Tao *(tow)*—the informal word, used mainly among friends and people of the same age group.

YOU (Polite forms)

Ông *(ohng)*—"Mr." is the form of address used in speaking to men one's own age and up, particularly with casual acquaintances.

Bà *(bàh)*—"Mrs." is used for middle-aged or older women, and for married women.

Cô *(koh)*—"Miss" is used for single, unmarried women, or women younger than the speaker.

YOU (Informal forms)

Anh *(ahnh)*—older brother, is used to address friends and men of a "similar" social status with oneself.

Chị *(chẹe)*—"older sister," is used for close women friends and women of a similar social status as oneself.

Bác *(báhc)*—"father's elder brother," is used to speak of elderly men one knows well, or elderly men of any social status.

Chú *(chóo)*—"father's younger brother," is used to address younger men.

Em *(em)*—"younger sibling," can be used for men and women younger than oneself.

Mày *(mèh)*—a casual "you," to be used only with close friends.

HE, SHE, IT

Ông ẫy/ổng *(ohng éh/ổhng)*— "he," "him" (formal).
Bà ẫy/Bả *(bàh éh/bảh)*—"she," "her" (formal).
Anh ẫy/Ảnh *(anh éh/ảhnh)*—"he," "him" (informal).
Chị ẫy/Chỉ *(chẹe éh/chẻe)*—"she," "her" (informal).
Nó *(náo)*—"him" or "her" is casual, but in many cases seen
   as a pejorative—handle with care. It can, however, be used
   freely as "it" to refer to inanimate objects.

WE

Chúng tôi *(chóong toh-ee)*—"we," "us" are used when the
   speaker is excluding (in the action/event) those being
   addressed.
Chúng ta *(chóong tah)*—"we," "us" are used when the
   speaker is including (in the action/event) those being
   addressed.

YOU, THEY

Place **các** *(cáhc)* before any of "you," "he," and "she" forms.

TONES

In standard Southern Vietnamese there are five tones, in Northern Vietnamese six. The tones are musical pitches with which words are pronounced. A word can be repeated with any one of five tones to indicate five different meanings:

Cá—said with a high-rising tone, means "fish."
Ca—said with a flat, mid-level tone, means "sing."
Cà—said with a low-falling tone, means "eggplant."
Cả—said with a mid-rising tone, means "all."
Cạ—said with a low-rising tone, means "whole."

The tones are marked by accents on vowels:

á—the high-rising tone. Begin pronouncing the vowel at a fairly high pitch, and then raise the pitch sharply.

a—the mid-level tone. This has no tone mark. Pronounce the vowel flatly.

ả—the low-broken tone. Begin pronouncing the vowel at a fairly low pitch, and then lower the pitch further before stopping abruptly.

à—the low-falling tone. Begin pronouncing the vowel at a fairly low pitch, and then let the pitch fall even lower.

ạ—the low-rising tone. Begin pronouncing the vowel at a fairly low pitch, and then lower the pitch even further before raising it sharply.

ã—the high-broken tone. Begin pronouncing the vowel at a fairly high pitch, and then raise the pitch sharply before stopping abruptly.

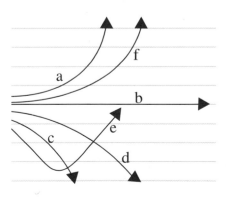

a) high-rising tone
b) mid-level tone
c) low-broken tone
d) low-falling tone
e) low-rising tone
f) high-broken tone

Getting the tones right can be tough at first but do not be discouraged! You will find that people can easily understand what you are saying just by the context: If you say *ba* (daddy) to a woman, instead of *bà* (madam), she would know what you mean. The diagram on page 9 will help you visualize the tones.

PRONUNCIATION

The Vietnamese alphabet has 29 letters: a, ă, â, b, c, d, đ, e, ê, g, h, i, k, l, m, n, o, ô, ơ, p, q, r, s, t, u, ư, v, x, y.

Vietnamese consonants are written as a single letter or a cluster of two or three letters, as follows: b, c, ch, d, đ, g, gh, gi, h, k, kh, l, m, n, ng, ngh, nh, p, ph, qu, r, s, t, th, tr, v, x.

The following are vowels in Vietnamese: a, ă, â, e, ê, i/y, o, ô, ơ, u, ư. Vowels can be also be grouped together to form a cluster.

The following tables represent vowels and consonants in Vietnamese with the English phonetic equivalent.

VOWELS

<u>Vietnamese</u>	<u>English</u>
a *(ah)*	f**a**ther
ă *(a)*	h**a**t
â *(u)*	b**u**t
e *(e)*	y**e**t
ê *(eh)*	s**ay**
i/y *(ee)*	h**e**
o *(aw)*	l**aw**
ô *(oh)*	**oh**
ơ *(uh)*	s**ir**
u *(oo)*	t**oo**
ư *(uh)*	**uh-uh**

CONSONANTS

Vietnamese	English
b *(b)*	**b**ird
c, k, q *(k)*	**c**at
qu *(kw)*	**qu**eer
ch *(ch)*	**ch**urch
d, gi *(z)*	**z**oo
đ *(d)*	**d**og
gh *(g)*	**g**ood
gi *(z)*	**z**oo
h *(h)*	ha**te**
kh *(k)*	lo**ch**
l *(l)*	**lo**ck
m *(m)*	**m**eet
n *(n)*	**n**ip
ng *(ng)*	fi**ng**er
nh *(ny)*	ban**y**an
ph *(f)*	**ph**ony
r *(r)*	**r**at
s *(sh)*	**sh**ip
t *(t)*	**t**ot
th *(t)*	**t**ill
tr *(tr)*	**tr**ee
v *(v)*	**v**et
x *(s)*	**s**ea

What's Up? 1

POLITE GREETINGS

Hello.   Cháo.
                             Chów.

Chào (like the Italian Ciao!) is the most common Vietnamese greeting and can be used both to say hello or good-bye. In a more formal greeting, you should use one of the following forms of address:

Chào ông *(chòw ohng)*—for men older than oneself, middle age and up
Chào bà *(chòw bàh)*—for older women
Chào cô *(chòw coh)*—for younger women
Chào anh *(chòw ahnh)*—for younger men
Chào em *(chòw em)*—to a younger person

Traditionally the Vietnamese people do not use different greetings for different parts of the day. But with the arrival of English speakers, you may occasionally hear the following greetings:

Good morning.	Chào buổi sáng.
	Chòw boo-ỏh-ee sháhng.
Good midday.	Chào buổi trưa.
	Chòw boo-ỏh-ee treua.
Good afternoon.	Chào buổi chiều.
	Chòw boo-ỏh-ee chee-èh-oo.
Good evening.	Chào buổi tối.
	Chòw boo-ỏh-ee tóh-ee.
How do you do, Sir/Madam?	Hân hạnh gặp ông/bà.
	Hun hạhny gạp ohng/bàh.
Sir/Madam, how are you?	Ông/Bà có khỏe không?
	Ohng/Bàh káw kảw-eh kohng?
I'm fine, thank you.	Tôi khỏe, cám ơn.
	Tohl kảw-eh, káhm uhn.

CASUAL GREETINGS

Anything new?	Có chuyện gì mới không?
	Káw choo-ee-ẹhn ỳ múh-ee kohng?
No.	Không.
	Kohng.
Nothing new!	Không có chuyện gì mới!
	Kohng káw choo-ee-ẹhn ỳ múh-ee

You fine?

Khỏe không hả?
Kảw-eh kohng hảh?

Fine!

Khỏe!
Kảw-eh!

Thanks!

Cám ơn!
Káhm uhn!

Where have you been?

Bấy lâu nay mày ở đâu?
Béh loh neh mèh ủh doh?

I didn't go anywhere.

Không có đi đâu hết.
Kohng káw dee doh héht.

I haven't seen you in a long time!

Lâu lắm rồi tao không thấy mày!
Loh láhm ròh-ee tow kohng théh mèh!

Yeah!

Ừ!
Ùh!

Yeah, it's been long!	Ù, lâu lắm rồi! *Òo, loh lám róh-ee!*
How's Peter/Mary?	Peter/Mary sao rồi? *Peter/Mary show róh?*
Peter/Mary's fine.	Peter/Mary cũng vậy. *Peter/Mary kõong vẹh.*
What are you doing here?	Tới đây để làm gì vậy? *Túh-ee-deh dẻh làhm ʒ vẹh?*
Nothing!	Không có gì! *Kohng káw ʒ!*
I'm just hanging out.	Tao đi chơi thôi. *Tow dee chuh-ee toh-ee.*

YES AND NO

The way Vietnamese people respond to Yes/No questions is not exactly the same as in English. You can get one-word replies to a Yes/No question in a similar fashion to English:

Yes.	Vâng. *Vung.* Ừ. (can be seen as brusque) *Ùh.* Dạ. (polite) *Zợh.*
No.	Không. *Khohng.* Dạ không. (polite) *Zợh kohng.*

In addition, the Vietnamese often answer Yes/No questions by bouncing off the key word contained in the question.

Do you like this film?
(key word: like)

Mày có <u>thích</u> phim này
  không?
*Mèh káw <u>téech</u>
  feem nèh kohng?*

—Yes.

Thích.
Téech.

—No.

Không thích.
  Kohng téech.

**Do you often go
  to movies?**

Mày có <u>thường</u> đi xem
  phim không?
*Mèh káw <u>tuh-ùhng</u> dee
  sehm feem kohng?*

—Yes.

Thường.
Tuh-ùhng.

—No.

Không thường.
  Kohng tuh-ùhng.

Another thing to watch out for is that in Vietnamese negative
questions are answered differently. In English, if you answer
"No" to the question "Don't you like Saigon?" it means you
do not like the place. In Vietnamese, however, if you reply
"Yes" to that question it means you do not like the place.

Don't you like Saigon?

Mày không thích Sài Gòn à?
*Mèh kohng téech Shài
  Gàwn àh?*

—No. (I don't like Saigon.)

Vâng. (Tao không thích
  Sàigòn.)
*Vung. (Tow kohng téech
  Shài-gàwn.)*

—Yes. (I do like Saigon.)

Không. (Tao thích Sàigòn.)
Kohng. (Tow téech Shài-gàwn.)

OTHER PHRASES
(indicating agreement or disagreement)

That's right!

Đúng rồi!
Dóong ròh-ee!

I think so too.

Tao cũng nghĩ vậy.
Tow kõong nghẽe vẹh.

I agree!

Đồng ý!
Dòhng ée!

So am I. Me too.

Tao cũng vậy.
Tow kõong vẹh.

**I see, I got it,
  I understand.**

Tao hiểu. Hiểu rồi.
*Tow hee-ẻh-oo.
  Hee-ẻh-oo ròh-ee.*

All right, that's OK.

Thế cũng được, được rồi.
*Téh kõong duh-ụhk, duh-ụhk
  ròh-ee.*

No problem.	Không có vấn đề.
	Kohng káw vún dè.
Really?	Thiệt không? Thật không?
	Tee-ẹht kohng? Tụt kohng?
Is that so?	Vậy sao?
	Vẹh show?

This is a common phrase in Vietnamese! Sometimes it just means "I am listening to you" and sometimes it is used to ask for clarification. Non-verbal cues will tell you!

Yeah, I know (groan).	Biết rồi mà!
	Bee-éht ròh-ee màh!
I guess so.	Tao cũng đoán vấy.
	Tow kõong daw-áhn vẹh.
It might be true.	Có thể là đúng.
	Káw thẻh lành dóong.
Maybe.	Chắc là vậy.
	Chák lành vẹh.
Maybe not.	Chắc là không.
	Chák lành kohng.
That's not right.	Như vấy là không đúng.
	Nhuh vẹh lành kohng dóong.
I wonder...	Không biết...
	Kohng bee-éht...
I don't think so.	Tao không nghĩ vậy.
	Tow kohng ngẽe vẹh.
I'm not sure.	Tao không chắc.
	Tow kohng chák.

There's no way of knowing.	Không cách nào biết được. *Kohng káhch nòw bee-éht duh-ụhk.*
I can't say for sure.	Tao không thể nói chắc. *Tow kohng thểh náw-ee chàk.*
Because...	Bởi vì... *Bủh-ee vèe...* Tại vì... *Tại vèe...*
But...	Nhưng... *Ny-uhng...* Nhưng mà... *Ny-uhng màh...*

Here are some handy phrases for putting questions back to the other party.

How come?	Tại sao vậy? *Tại show vẹh?*
What do you mean?	Ý mày muốn nói gì? *Ée mèh moo-óhn náw-ee ừ?*
Is something wrong?	Có gì bất thường không? *Káw ừ bút thúh-ừhng kohng?*
What?	Cái gì vậy? *Kái ừ vẹh?*
Are you sure?	Mày có chắc không dó? *Mèh káw chák kohng dáw?*

You don't mean it, do you? Mày nói đùa, phải không?
(You're joking?) *Mèh náw-ee dòo-ah, fải
kh-ohng?*

There are times when you want to make your point forcefully. Here are some words and phrases that will help you make a bigger impact. Exercise caution when using the negative ones!

Definitely! Chắc chắn là thế.
Chák chán lài téh.

Of course! Dĩ nhiên./Đương nhiên.
*Zẽ ny-ee-ehn./Duh-uhng
ny-ee-ehn.*

No way!/Stop joking! Không được đâu.
(a strong refusal) Đừng có giỡn mặt.
Kohng duh-uhk doh.
Dùhng káw zũhn mạt.

That's wrong!	Vậy là không phải.
	Vẹh làh kohng fải.
That's impossible!	Không thể được.
	Kohng tẻh duh-ụhk.
Forget it!	Quên đi. Bỏ qua đi.
(I've had enough!)	*Koo-ehn deei. Bảw koo-ah dee.*
Bullshit!	Đồ xạo ke.
	Dòh sọw ke.

Got a Minute?

Wait a minute!	Chờ một chút! *Chùh mọht chóot!*
When?	Khi nào? *Kee nòw?*
What time?	Lúc mấy giờ? *Lóok méh zùh?*
How about now?	Bây giờ được không? *Beh z-úh duh-ụhk kohng?*
Is it too early?	Sớm quá không? *Shúhm koo-áh kohng?*
It's too early.	Còn sớm quá. *Kàwn shúhm koo-áh.*
Is it too late?	Trễ quá không? *Trẽ koo-áh kohng?*
It's too late.	Trễ quá rồi. *Trẽ koo-áh ròh-ee.*
It's early.	Sớm quá. *Shúhm koo-áh.*
It's late.	Trễ quá. *Trẽ koo-áh.*
When can you go?	Khi nào mày đi được? *Kee nòw mèh dee duh-ụhk?*

Today.	Hôm nay. *Hohm neh.*
Tomorrow.	Ngày mai. *Ngèh mai.*
This week.	Tuần này. *Too-ùn nèh.*
Next week.	Tuần tới/Tuần sau. *Too-ùn túh-ee/Too-ùn show.*
This month.	Tháng này. *Táhng nèh.*
Next month.	Tháng tới/tháng sau. *Táhng túh-ee/táhng show.*
What time can I come over?	Khi nào tao dến dược? *Kee nòw tow déhn duh-ụhk?*
What time can we leave?	Khi nào chúng ta di dược? *Kee nòw chóong tah dee duh-ụhk?*
What time do we arrive there?	Khi nào chúng ta dến dó? *Kee nòw chóong tah déhn dáw?*
Are you ready yet?	Mày chuẩn bị chưa? *Mèh choo-ủn bẹe chuh-ah?*
When will you do it?	Khi nào thì mày làm việc dó? *Kee nòw thèe mèh làhm vee-ẹhk dáw?*
How long will it take?	Mất bao lâu? *Mút bow loh?*

Maybe later.

Có thể một chút nữa.
Káw thẻh mọht chóot nũh-ah.

In a little bit.

Một chút nữa.
Mọht chóot nũh-ah.

Not right now.

Chưa phải bây giờ đâu.
Chuh-ah fải beh zùh doh.

Next time.

Lần tối/lần sau.
Lùn túh-ee/lùn show.

Last time.

Lần vừa qua.
Lùn vũh-ah koo-ah.

I don't know when.

Tao không biết khi nào.
Tow kohng bee-éht kee nòw.

I don't know at what time.

Tao không biết lúc mấy giờ.
*Tow kohng bee-éht lóok
   méh zùh.*

I don't know.	Tao không biết. *Tow kohng bee-éht.*
I don't know yet.	Bây giờ tao chưa biết. *Beh zùh tow chuh-ah bee-éht.*
I'm not sure.	Tao không chắc. *Tow kohng chák.*
What time's fine for you?	Mày muốn lúc nào? *Mèh moo-óhn lóok nòw?*
Any time's fine.	Lúc nào cũng được. *Lóok nòw kõong duh-ụhk.*
You decide when.	Mày quyết định lúc nào. *Mèh kwee-éht dẹeny lóok nòw.*
Right now.	Liền ngay bây giờ. *Lee-en ngeh beh zã.*
Let's meet then.	Chúng ta sẽ gặp sau. *Chóong tah shẽ gạp sau.*
Let's get going right now.	Bắt đầu ngay bây giờ. *Bát dòh ngahy beh zùh.*

Ok, let's go.	Đi được rồi.
	Dee duh-ụhk ròh-ee.
Hurry up!	Nhanh lên!
	Ny-ahnh lehn!
Let's do that later on.	Làm việc đó sau này cũng được.
	Làhm vee-ẹhk dáw show này kõong duh-ụhk.
I'll do it quickly.	Tao sẽ nhanh lên.
	Tow shẽ ny-ahnh lehn.
I'll do it later.	Tao sẽ làm việc đó sau.
	Tow shãh làhm vee-ẹhk dáw show.
I'll do it real soon.	Một chút nữa tao sẽ làm ngay.
	Mọht chóot nũh-ah tow shẽ làhm ngeh.
Don't worry!	Đừng có lo!
	Dùhng káw law!
Don't worry, I'll do it.	Đừng có lo, để tao làm cho.
	Dùhng káw law, dẻh tow làhm chaw.
Have you done it yet?	Mày làm xong chưa?
	Mèh làhm sawng chuh-ah?
I've done it.	Tao làm xong rồi.
	Tow làhm song rùh-ee.

Look at That!

3

Look!

Nhìn xem!
Nyèen sem!

Look, there!

Nhìn kià!
Nyèen kee-àh!

Look at that there!

Nhìn cái đó kià!
Nyèen cái đáw kee-àh!

Look at this here!

Nhìn cái này kià!
Nyèen cái nèh kee-àh!

Don't look!

Đừng có nhìn!
Dùhng káw ny-èen!

Did you see it happen?	Mày có thấy cái gì xảy ra không? *Mèh káw théh kái ʒ sểh rah kohng?*
Did you see that thing?	Mày có thấy cái đó không? *Mèh káw tá-ee kái dáw kohng?*
Yes, I saw it.	Có, tao có thấy. *Káw, tow káw téh.*
No, I didn't see it.	Không, tao không thấy. *Kohng, tow kohng téh.*
I can't see it.	Tao không thể thấy được. *Tow kohng tểh téh duh-ụhk.*
I want to see it.	Tao muốn thấy nó. *Tow moo-óhn téh náw.*
I don't want to see it.	Tao không muốn thấy nó. *Tow kohng moo-óhn téhnáw.*
Did you see Peter?	Mày có thấy Peter không? *Mèh káw téh Peter kohng?*
Yes, I saw him.	Có, tao có thấy anh ấy. *Káw, tow káw téh ahnh éh.*
No, I didn't see him.	Không, tao không có thấy anh ấy. *Kohng, tow kohng káw téh ahnh éh.*
Are you gonna meet Peter?	Mày đi gặp Peter phải không? *Mèh dee zặp Peter fải kohng?*

Yeah, I'll meet him.

Đúng, tao sẽ đi gặp nó.
Dóong, tow shē dee zạp náw.

I wanna see you!

Tao muốn gặp mày!
Tow moo-óhn zạp méh!

Coming and Going 4

Come here.	Đến đây. *Déhn deh.*
Come!	Lại dây! *Lại deh!*
Can you come?	Mày dến được không? *Mèh déhn duh-ụhk kohng?*
Don't come here.	Đừng có dến đây. *Dùhng káw dẻhn deh.*
Come with me.	Đi với tao. *Dee vúh-ee tow.*
Let's go together.	Đi chung với nhau di. *Dee choong vúh-ee ny-ow dee.*
I'll come.	Tao sẽ dến. *Tow shẽ déhn.*
I'll come right away.	Tao sẽ dến ngay. *Tow shẽ déhn ngeh.*
I'll come later.	Tao sẽ dến sau. *Tow shẽ déhn show.*
He/She's coming here.	Nó dang dến. *Náw dahng déhn.*

Go over there!

Đến đó đi!
Déhn dáw dee!

Ok, I'll go.

Được rồi, tao đi.
Duh-ụhk ròh-ee, tow dee.

I can't go.

Tao không thể đi được.
Tow kohng thểh dee duh-ụhk.

I wanna go.

Tao muốn đi.
Tow moo-óhn dee.

I wanna go to Hanoi.

Tao muốn đi đến Hà Nội.
Tow moo-óhn dee déhn Hàh
Nọh-ee.

Let's go to Hanoi together.

Chúng ta đi Hà Nội đi.
Chóong tah dee Hàh
Nọh-ee dee.

I really wanna go!

Tao rất muốn đi đến đó!
Tow rút moo-óhn dee déhn
đó!

I don't wanna go.

Tao không muốn đi.
Tow kohng moo-óhn dee.

I really don't wanna go!

Tao thật sự không muốn đi.
Tow tụt sụh kohng moo-óhn
dee.

You're going there, right?	Mày đi đến đó phải không? *Mèh dee déhn dáw fải kohng?*
You went there, right?	Mày đến đó rồi phải không? *Mèh dee dáw ròh-ee fải kohng?*
I'm going.	Tao đi nè. *Tow dee nè.*
I'm not going.	Tao không có đi. *Tow kohng káw dee.*
I went.	Tao có đi rồi. *Tow káw dee ròh-ee.*
I didn't go.	Tao không có đi. *Tow kohng káw dee.*
Don't go!	Đừng có đi! *Dùhng káw dee!*
Don't go yet!	Khoan đi đã! *Kaw-ahn dee dãh!*
I have to go.	Tao phải đi. *Tow fải dee.*
I have to go now.	Tao phải đi ngay. *Tow fải dee ngeh.*

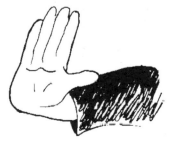

May I go?

Tao đi được không?
Tow dee duh-µhk kohng?

Shall we go?

Chúng ta nên đi chưa?
Chóong tah nehn dee chuh-ah?

He/She has left.

Nó đi rồi.
Náw dee ròh-ee.

They have left.

Chúng nó đi rồi.
Chóong náw dee ròh-ee.

Stay here!

Ở lại đây đi!
Ủh lại deh dee!

Let's go!

Đi đi!
Dee dee!

Let's get outta here!

Chúng ta đi đi!
Chóong tah dee dee!

Eat, Drink, Be Merry!

I'm hungry.	Tao đói bụng rồi!
	Tow dáw-ee bọong ròh-ee!
I wanna eat.	Tao muốn ăn.
	Tow moo-óhn an.
You wanna eat?	Mày muốn ăn không?
	Mèh moo-óhn an kohng?
I don't wanna eat.	Tao không muốn ăn.
	Tow kohng moo óhn an.
I'm not very hungry.	Tao không đói lắm.
	Tow kohng dáw-ee lắm.

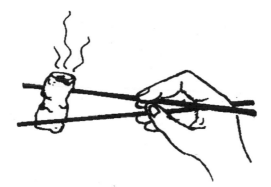

Have you eaten?

Mày ăn chưa?
Mèh an chuh-ah?

What you wanna eat?

Mày muốn ăn cái gì?
Mèh moo-óhn an kái ʒ?

You know how to use chopsticks?

Mày cầm dũa dược không?
Mèh kùm dõo-ah duh-ụhk kohng?

You wanna eat more?

Mày muốn ăn thêm nữa không?
Mèh moo-óhn an tehm nũh-ah kohng?

I'm thirsty.

Tao khát nước.
Tow káht nuh-úhk.

I wanna drink something.

Tao muốn uống một chút gì dó.
Tow moo-óhn oo-óhng mọht chóot ʒ dáw.

What you wanna drink?

Mày muốn uống cái gì?
Mèh moo-óhn oo-óhng kái ʒ ?

I want some beer.	Tao muốn uống bia.
	Tow moo-óhn oo-óhng bee-ah.
I want a bottle of 333 beer.	Tao muốn một chai bia ba số ba.
	Tow moo-óhn mọht chai bee-ah bah sóh bah.
Sure!	Được mà!
	Duh-ụhk mành!
I want to try some...	Tao muốn thử...
	Tow moo-óhn thủh...
—White wine.	Rượu vang trắng.
	Ruh-ụh-oo vahng tráng.
—Red wine.	Rượu vang đỏ.
	Ruh-ụh-oo vahng dảw.
—Rice wine.	Rượu nếp than.
	Ruh-ụh-oo néhp tahn.
—Medicinal wine.	Rượu thuốc.
	Ruh-ụh-oo too-óhk.
—Cognac.	Rượu cô nhắc.
	Ruh-ụh-oo koh nyák.

I want you to try something exotic:	Tao muốn mày thử thứ này: *Tow moo-óhn mèh tủh túh nèh:*
—Lizard wine.	Rượu tắc kè. *Ruh-ụh-oo táhk kè.*
—Three-lizard wine.	Rượu ba con kê dà. *Ruh-ụh-oo bah kohn kèe dàh.*

—Bear-gall bladder wine.   Rượu mật gấu.
Ruh-ụh-oo mụt góh.

These are traditional medicinal liquors made with lizards, snakes, and animal parts soaked in them. Some drink these potions as traditional medicines, others as after-dinner digestives.

Ugh! This tastes weird!   Trời ơi! Vị này kỳ quá!
Trừh-ee uh-ee! Vẹe nèh kèe kwá!

I think something's wrong with this.   Tao nghĩ thứ này bị hư rồi.
Tow nghēe thúh nèh bẹe huh ròh-ee.

It smells really bad!   Thối quá di thôi!
Tóh-ee kwá dee toh-ee!

Hey! Try this!   Ê! Thử cái này đi!
Eh! Tủh kái nèh dee!

I'd prefer...   Tao muốn...
Tow moo-óhn...

—Vodka.   Rượu vốt-ca.
Ruh-ụh-oo vóht-kah.

—Whiskey.   Rượu uýt-ki.
Ruh-ụh-oo oo-éet-kee.

—Champagne.   Rượu sâmpanh.
Ruh-ụh-oo shum-pahny.

Hey, that looks tasty!   Ê, Cái, này ngon thiệt!
Eh, Kái, nèh ngawn tee-ẹht!

Gimme some of that food.   Cho tao ăn với.
Chaw tow an vúh-ee.

Yeah, that's enough.	Hê, đủ rồi. *Heh, đỏo ròh-ee.*
What's this called?	Kái này gọi là cái gì? *Kái nàh-èh gw-ee làh kái ż?*
Is this spicy?	Cái này cay không? *Kái nèh keh kohng?*

It's not spicy—don't worry!	Không cay đâu—đừng có lo! *Kohng keh doh—đùhng káw law!*
Are those chopsticks?	Cái này là đũa, phải không? *Kái nèh là đõo-ah, fải không?*
How do you hold them?	Cầm đũa ra làm sao? *Kùm đõo-ah rah làhm show?*
Gimme a fork!	Cho tao cây nĩa đi! *Chaw tow keh nee-ãh dee!*

Try some sautéed caterpillars.*	Thử con sâu lăn bột này đi. *Tủh kawn shoh lan bọht nèh dee.*

*Caterpillars doused in flour and sautéed in lard.

You should try some curried cat meat.	Mày nên thử món thịt mèo xào cà-ri. *Mèh nehn tủh máwn tẹet mèo sòw kàh-ree.*

No thanks, I'm vegetarian.	Cám ơn, tao ăn chay. *Káhm uhn, tow an cheh.*

I Like It 6

I like this.	Tao thích cái này. *Tow téech kái nèh.*
I don't like this.	Tao không thích cái này. *Tow kohng téech kái nèh.*
I really like this.	Tao rất là thích cái này. *Tow rút làh téech kái nèh.*
I want [noun].	Tao muốn [noun]. *Tow moo-óhn [noun].*
I don't want [noun].	Tao không muốn [noun]. *Tow kohng moo-óhn [noun].*
I don't need it.	Tao không cần nó. *Tow kohng kùn náw.*
No, thanks.	Không, cám ơn. *Kohng, káhm uhn.*

I wanna buy...	Tao muốn mua...
	Tow moo-óhn moo-u...
—This.	Cái này.
	Kái nèh.
—That.	Cái đó.
	Kái dáw.
—A computer.	Máy vi tính.
	Méh vee téenh.
—A video recorder.	Máy vi-dê-ô.
	Méh vee-deh-oh.
—A television.	Máy truyền hình.
	Méh troo-yèhn hèenh.
—A tape recorder.	Máy cát-sét.
	Méh káht-shét.
—A camcorder.	Máy quay phim.
	Méh kweh fcem.
I'm busy.	Tao bận lắm.
	Tow bụn lám.
I'm sad.	Tao buồn quá.
	Tow boo-òhn kwá.
I'm happy.	Tao vui quá.
	Tow voo-ee kwá.
I'm angry.	Tao tức giận quá.
	Tow tũhk zàn kwá.
I'm ready.	Tao đã sẵn sàng.
	Tow dãh shãn shàhng.

I'm tired.	Tao mệt quá. *Tow mẹht kwá.*
I'm sleepy.	Tao buồn ngư quá. *Tow boo-òhn ngọo kwá.*
I'm bored.	Tao chán quá. *Tow cháhn kwá.*
I'm going crazy.	Tao sẽ khùng mất. *Tow shē kòong mút.*
I'm drunk.	Tao say rồi. *Tow seh ròh-ee.*
Can you do it?	Mày làm được không? *Mèh làhm duh-úhk kohng?*
Sorry, I can't.	Xin lỗi, tao không làm được. *Seen lāwh-ee, tow kohng làhm duh-ụhk.*
I must do it.	Tao phải làm cho bằng được. *Tow fải làhm chaw bang duh-ụhk.*

I'll do it.	Tao sẽ làm sau. *Tow shē làhm show.*
I understand.	Tao hiểu. *Tow hee-ẻh-oo.*
I understand very well.	Tao hiểu rất rõ. *Tow hee-ẻh-oo rút rãw.*
I think I understand.	Tao nghĩ là tao hiểu. *Tow ngee làh tow hee-ẻh-oo.*
I don't understand.	Tao không hiểu. *Tow kohng hee-ẻh-oo.*

**I don't understand
   very well.**
	Tao không hiểu rõ cho lắm
	*Tow kohng hee-ẻh-oo rãw
	   chaw láhm.*

I don't understand at all.	Tao hoàn toàn không hiểu. *Tow haw-àhn taw-àhn kohng hee-ẻh-oo.*

I know.

Tao biết.
Tow bee-éht.

I know that person.

Tao biết người dó.
Tow bee-éht nguh-ùh dáw.

Curses and Insults

7

What do you want from me?	Mày muốn cái gì? *Mèh moo-óh kái ừ?*
Fuck you! What d'you want from me?	Đụ má mày! Mày muốn cái gì? *Dọo máh mèh! Mèh moo-óh kái ừ?*
What is it?	Cái gì chớ! *Kái ừ chúh!*
What are you looking at me for?	Mày nhìn tao làm cái gì? *Mèh nhèen tow làhm kái ừ?*
What are you talking about?	Mày nói cái gì hả? *Mèh nói cái gì hả?*
What did you just say?	Mày múi nói cái gì hả? *Mèh múh-ee náw-ee kái ừ hảh?*

Say that again!	Nói lại lần nữa coi! *Náw-ee lai lun nūh-ah kaw-ee!*
Don't mess around!	Đừng phá tao nghe chưa! *Dùhng fáh tow nghe chuh-ah!*

You wanna fight?	Mày muốn đánh lộn phải
	    không?
	*Mèh moo-óh dáhnh lọhn fải
	    kohng?*

**Come here! I'm gonna
    kill you!**
	Lại đây! Tao giết mày đó!
	*Lại deh! Tow gee-éht mèh
	    dáw!*

I'm warning you!	Tao cảnh cáo mày nghe
	    chưa!
	*Tow kảhnh ków mèh nghe
	    chuh-ah!*

I'm warning you! Don't come here!	Tao cảnh cáo mày nghe chưa! Đừng có lại đây! *Tow kảhnh ków mèh nghe chuh-ah!* *Dùhng káw lại deh!*

Why did you push me? Tại sao mày xô tao hả?
Tại show mèh soh tow hẳh?

Ouch! That hurts! Hê! Đau quá!
Heh! Dow kwá!

Go to hell! Đi xuống địa ngục đi!
Dee soo-óhng dẹe-ah ngọok dee!

You faggot! Đồ bóng lại cái!
Dòh báwng lại kái!

You lesbian! Đồ bóng lại dực!
Dòh báwng lại dụhk!

You crazy? Mày khùng rồi hả?
Mèh kòong ròh hẳh?

You idiot! Đồ ngu!
Dòh ngoo!

**Get away from me!
Don't hit me!** Đi chỗ khác! Đừng có đánh tao!
Dee chõh káhk! Dùhng káw đáhnh tow!

Help!

Cứu tôi với!
Cúh-oo toh-ee vóh-ee!

Please don't hit me!

Làm ơn đừng có dánh tao!
*Làhm uhn dùhng káw dáhnh
tow!*

You deserve it!

Đáng dời mày!
Dáhng dùh-ee mèh!

I'm sorry.

Tối xin lỗi.
Toh-ee seen lõh-ee.

Ok, it was my fault.

Được rồi, lỗi của tối.
*Duh-ụhk ròh-ee, lõh-ee
kỏo-ah toh-ee.*

SPECIAL VIETNAMESE INSULTS

**Your face looks like a
female sex organ.**

Mặt mày nhìn giống như cái
lồn.
*Mat mèh ny-èen zóhng
ny-uh kái lòhn.*

You are a prostitute.
Mày là một con đĩ.
Mèh làh mọht kawn dẽen.

Bitch prostitute!
Đồ đĩ chó!
Dòh dẽe cháw!

Horse prostitute!
Đồ đĩ ngựa!
Dòh dẽe ngụh-ah!

Stinky prostitute!
Đồ đĩ thúi!
Dòh dẽe tóo-ee!

Fat horse prostitute!
Đồ đĩ ngựa mập!
Dòh dẽe ngụh-ah mụp!

Is your penis in heat?
Mày nứng cặc rồi hả?
Mèh núhng kạk ròh-ee hảh?

Is your vagina in heat?
Mày nứng lồn rồi hả?
Mèh núhng lòhn ròh-ee hảh?

Suck my penis!
Bú cặc tao nè!
Bóo kạk tow nè!

Suck my vagina!
Bú lồn tao nè!
Bóo lòhn tow nè!

Suck my asshole!
Bú dít tao nè!
Bóo déet tow nè!

Fuck your mother.
Đụ má mày!
Dọo máh mèh!

You stink like a prostitute.
Mày đĩ thúi quá đi.
Mèh dẽe tóo-ee kwá dee.

Stinky vagina!
Đồ lồn thúi!
Dòh lòhn tóo-ee!

Stinky penis!	Đồ cặc thúi! *Dòh kụk tóo-ee!*
Your mother's vagina!	Cái lồn má mày! *Kái lòhn máh mèh!*
Horse!	Đồ ngựa! *Dòh ngụh-ah!*
Dog!	Đồ chó! *Dòh cháw!*
Pig!	Đồ heo! *Dòh heo!*
Buffalo!	Đồ trâu! *Dòh troh!*
Cow!	Đồ bò! *Dòh bàw!*

Party Talk 8

Hi, what's your name?

Chào, mày* tên gì vậy?
Chòw, mèh tên ʐ vẹh?

You come here often?

Mày* có đến đây thường
không?
*Mèh káw déhn deh tuh-ùhng
kohng?*

**I've not seen you often
in here.**

Tao* ít khi thấy mày ở đây.
*Tow éet kee téh mèh ủh
đeh.*

* If the crowd at a club or at a party is young and hip, you can use mày (mèh), the very casual "you," and tao (tow), the very casual word for "I." In more formal settings, however, you should try and use the age-and-status appropriate forms of address discussed on pages 6 and 7.

You wanna dance with me?

Mày có thế nhảy với tao được không?
Mèh káw téh ny-ẻh vúh-ee tow duh-ụhk kohng?

I can't dance to this music.

Tao không thể nhảy điệu này.
Tow kohng tẻh ny-ẻh dee-ẹh-oo nèh.

Vietnamese rap music is cool!

Nhạc ráp của người Việt nam ngộ quá!
Ny-ahk ráhp kỏo-ah nguh-ùh-ee Vee-ẹht nahm ngọ kwá!

It's cool here!

Đã quá!
Dãh kwá!

Yeah, it's real cool!

Ừ, đã thiệt!
Ùh, dãh tee-ẹht!

This place is happening!	Chỗ này chơi đã quá!
	Chõh nèh chuh-ee dãh kwá!
You alone here?	Mày đến một mình hả?
	Mèh déhn mọht mèeny hảh?
Yeah, I'm alone.	Đúng, tao chỉ có một mình.
	Dóong, tow chée káw mọht
	mèeny.
No, I'm here with my...	Không, tao đến đây với ...
	của tao.
	Kohng, tow déhn deh vúh-ee ...
	kỏo-ah tow.
—Father.	Ba.
	Bah.
—Mother.	Má.
	Máh.
—Older brother.	Anh.
	Ahny.
—Younger brother.	Em.
	Em.
—Older sister.	Chị.
	Chẹe.
—Younger sister.	Em.
	Em.
—Friend.	Bạn.
	Bạhn.
—Boyfriend.	Bạn trai.
	Bạhn trai.

—Girlfriend.	Bạn gái. *Bạhn gái.*
—Lover.	Người yêu. *Nguh-ùh-ee yeh-oo.*
—Husband.	Chồng. *Chòhng.*
—Wife.	Vợ. *Vụh.*
Is it ok to sit here?	Tao có thể ng'i dây dược không? *Tow káw tẻh ngòh-ee deh đuh-ụhk kohng?*
No, someone's sitting here already.	Không, chỗ này có người ngồi rồi. *Kohng, chõh nèh káw nguh-ùh-ee ngòh-ee ròh-ee.*
Yeah, have a seat!	Được, ngồi xuống di! *Duh-ụhk, ngòh-ee soo-óhng dee!*

Can I get you a drink?   Tao có thể mời mày uống
                                       cái gì không?
                                         Tow káw tẻh mùh-ee mèh
                                         oo-óhng kái ʒ kohng?

What you wanna drink?   Mày muốn uống cái gì không?
                                         Mèh moo-óhn oo-óhng kái
                                            ʒ kohng?

Where are you from?   Mày từ dâu dến?
                                         Mèh tùh dohdéhn?

I'm from...   Tao từ...
                                         Tow tùh...

—the U.S.   Mỹ.
                                         Mẽe.

—England.   Anh Quốc.
                                         Ahny Koo-óhk.

—France.   Pháp.
                                         Fáhp.

—Australia.   Úc.
                                         Óok.

—**Germany.**

Đức.
Dúhk.

—**Japan.**

Nhật Bản.
Ny-ụt Bảhn.

I live in...

Tao sống ở...
Tow shóhng úh...

—**New York.**

Nữu Ước.
Nūh-oo Óo-úhk.

—**California.**

Cali.
Kahlee.

Are you a student?

Mày là học sinh, phải không?
*Mèh làh hạwk sheeny, fải
  kohng?*

I'm a...

Tao là...
Tow làh...

—**Student.**

Học sinh.
Hạwk sheeny.

—**University student.**

Sinh viên.
Sheeny vee-ehn.

—**Doctor.**

Bác sĩ.
Báhk shee.

—**Policeman.**

Cảnh sát.
Kảhny sháht.

—**Lawyer.**

Luật sư.
Loo-ụt shuh.

—**Soldier.**

Lính.
Léeny.

Wow, what a nice job!	Ừ, công việc đó tốt lắm! *Ùh, kohng vee-ẹhk dáw tóht lám!*
Oh, that's exciting!	Ồ, đã quá vậy! *Òh, dãh kwá vẹh!*
What's your hobby?	Sở thích của mày là gì vậy? *Shủh téech kỏo-ah mèh làh ì vẹh?*
Yeah, I'm into...	Ừ, tao thích... *Ùh, tow téech...*
—Motorbikes.	Xe cúp. *Se kóop.*
—Traveling.	Du lịch. *Zoo lẹech.*
—Sports.	Thể thao. *Tẻh tow.*
—Tennis.	Đánh banh. *Dáhny bahny.*
—Soccer.	Đá banh. *Dáh bahny.*
—Volleyball.	Bóng chuyền. *Báwng choo-yèhn.*
What music do you like?	Mày thích loại nhạc nào? *Mèh téech law-ại nyạhk nòw?*
Do you know this song?	Mày biết bài hát này không? *Mèh bee-éht bài háht nèh kohng?*

No, but it's nice.	Không, nhưng mà nó hay lắm. *Kohng, ny-uhng màh náw heh lám.*
Shall we go elsewhere for fun?	Chúng ta đến nơi khác chơi được không? *Chóong tah déhn nuh-ee káhk chuh-ee duh-ụhk kohng?*
Yeah, let's go!	Được rồi, đi đi thôi! *Duh-ụhk ròh-ee, de zee toh-ee!*
I know a better place.	Tao biết một chỗ tốt hơn. *Tow bee-éht mọht chõh tãwt huhn.*
What time do you have to be home?	Mấy giờ mày phải về nhà? *Méh zùh mèh fải vèh nyàh?*
At...	Lúc... *Lóok...*
About...	Khoảng... *Kaw-ảhng...*
—1 o'clock.	Một giờ. *Mọht zùh.*
—2 o'clock.	Hai giờ. *Hai zùh.*
—3 o'clock.	Ba giờ. *Bah zùh.*
—4 o'clock.	Bốn giờ. *Bóhn zùh.*

—5 o'clock.	Năm giờ.
	Nam zùh.
—6 o'clock.	Sáu giờ.
	Sów zùh.
—7 o'clock.	Bảy giờ.
	Bẻh zùh.
—8 o'clock.	Tám giờ.
	Táhm zùh.
—9 o'clock.	Chín giờ.
	Chéen zã.
—10 o'clock.	Mười giờ.
	Muh-ùh-ee zã.
—11 o'clock.	Mười một giờ.
	Muh-ùh-ee mọht zã.
—12 o'clock.	Mười hai giờ.
	Muh-ùh-ee hai zã.
Don't go yet.	Khoan di dã.
	Khoan đi đã.

Stay a little longer.

Ở' thêm một chút nữa di.
*Ủh tehm mọht chóot nũh-ah
    dee.*

I can't.

Tao không thể.
Tow kohng thẻh.

**Here is my phone
number.**

Đây là số diện thoại của tao.
*Deh làh shóh dee-ẹhn taw-ại
    kỏo-ah tow.*

**I'm staying at the ...
Hotel.**

Tao dang ở khách sạn...
Tow dahng ủh kháhch shạhn...

**Do you wanna come
to my place?**

Mày có muốn đến chỗ của
    tao không?
*Mèh káw moo-óhn đéhn
    chõh kỏo-ah tow kohng?*

I'm not sure.

Tao không chắc.
Tow kohng chehk.

Just for tea.

Uống trà thôi.
Oo-óhng tràh toh-ee.

Oh, just for tea?

Uống trà thôi sao?
Oo-óhng tràh toh-ee show?

Let's go.

Đi di.
Dee dee.

Getting Serious

Can we meet again?

Chúng ta gặp lại sau được không?
Chóong tah gạp lại show đuh-ụhk kohng?

I wanna see you again.

Tao muốn được gặp lai mày.
Tow moo-óhn duh-ụhk gáp lai mèh.

I feel that you are very special.

Tao cảm thấy mày đặc biệt lắm.
Tow kảhm téh mèh dak bee-ẹht láhm.

I wanna know more about you.

Tao muốn được biết mày nhiều hơn.
Tow moo-óhn duh-ụhk bee-ẹht mèh ny-ee-èh-oo hơn.

Let's meet tomorrow morning.	Gặp lại sáng mai nhé. *Gạp lại sháhng mai nyé.*
Call me.	Gọi tao nhé. *Gạw-ee tow nyé.*

ON THE TELEPHONE

Hello.	A-lô. *Ah-loh.*
I'm...	Tôi là... *Toh-ee làh...*
Is...home?	... có ở nhà không? *... káw ủh nyàh kohng?*
...isn't home.	... không có ở nhà. *... kohng káw ủh nyàh.*
...is out.	... đã đi ra ngoài rồi. *... dãh dee rah ngaw-ài ròh-ee.*
Wait a minute.	Chờ một chút. *Chùh mọht chóot.*
Hello, it's me, Peter.	A-lô, Peter đây. *Ah-loh, Peter deh.*
Hi Peter, how are you?	Chào Peter, mày khỏe không? *Chòw Peter, mèh kảwe kohng?*
Fine.	Tốt lắm. *Tóht lám.*
Thanks.	Cám ơn. *Káhm uhn.*

I wanna see you.

Tao muốn gặp mày.
Tow moo-óhn gạp mèh.

Me too.

Tao cũng vậy.
Tow cõong vẹh.

Lovers' Language 10

I love you.

Em yêu anh.
   (Woman speaking)
Em ee-eh-oo ahny.
Anh yêu em. (Man speaking)
Ahny ee-eh-oo em.

I'm crazy for you.

Anh điên cuồng vì em.
   (Man speaking)
Ahny dee-ehn coo-òhng vèe em.
Em điên cuồng vì anh.
   (Woman speaking)
Em dee-ehn coo-òhng vèe ahny.

I think about you all the time.	Lúc nào em cũng nghĩ về anh. (Woman speaking) *Lóok nòw em cõong nghēe vèh ahny.* Lúc nào anh cũng nghĩ về em. (Man peaking) *Lóok nòw anh cõong nghēe vèh em.*
I miss you.	Anh nhớ em lắm. *Ahny ny-úh em lehm.*
I'm yours.	Anh là của em. *Ahny làh kỏo-ah em.*
You are my life.	Em là đời anh. (Man speaking) *Em làh dùh-ee ahny.* Anh là đời em. (Woman speaking) *Ahny làh dùh-ee em.*

You are everything to me.	Em là tất cả. (Man speaking) *Em làh tút kảh.* Anh là tất cả. (Woman speaking) *Ahny làh tút kảh.*
You are beautiful.	Em đẹp lắm. *Em đẹp lám.*
You are handsome.	Anh đẹp trai lắm. *Ahny đẹp trai lám.*
You are so sexy.	Em séc-si quá. *Em shéhk-shee kwá.*
Your ... is/ are beautiful.	... của em đẹp quá. *..., kỏo-ah em đẹp kwá.*
—Lips.	Môi. *Moh-ee.*
—Eyes.	Mắt. *Mát.*
—Face.	Mặt. *Mạt.*
—Hair.	Tóc. *Táwk.*
—Teeth.	Răng. *Rang.*
—Legs.	Chân. *Chun.*
—Breasts.	Ngực. *Ngụhk.*

—Neck.

Cổ.
Kỏh.

—Nose.

Mũi.
Mõo-ee.

You smell nice.

Em thơm quá.
Em tuhm kwá.

I wanna kiss you.

Anh muốn được hôn em.
   (Man speaking)
*Ahny moo-óhn duh-ụhk hohn
   em.*
Em muốn được hôn anh.
   (Woman speaking)
*Em moo-óhn duh-ụhk hohn
   ahny.*

Do you wanna sleep with me?	Em có muốn ngủ vủi anh không? (Man speaking) *Em káw moo-óhn ngỏo vúh-ee ahny kohng?* Anh có muốn ngủ vủi em không? (Woman speaking) *Ahny káw moo-óhn ngỏo vúh-ee em kohng?*
Not yet.	Chưa được. *Chuh-ah duh-uhk.*
I'm too shy.	Em mắc cỡ lắm. *Em mák kũh lám.*
Don't be shy.	Em mắc có lắm. *Dùhng káw mák kũh.*
Close your eyes.	Nhắm mắt lại. *Nyám mát lại.*
Turn off the light.	Tắt đèn đi. *Tát dèn dee.*

IN THE BEDROOM

Is this your first time?

Lần đầu tiên phải không?
Lùn dòh tee-èen fải kohng?

Are you a virgin?

Em còn trinh không?
Em kàwn treeny kohng?

Of course not.

Dĩ nhiên là không phải.
Zẽe ny-ee-ehn làh kohng fải.

I am a virgin.

Em còn trinh mà.
Em kàwn treeny màh.

I'm frightened.

Em sợ lắm.
Em shụh lám.

Don't worry.

Đừng có lo.
Dùhng káw law.

Don't be frightened.

Đừng có sợ hãi.
Dùhng káw shụh hãi.

I won't hurt you.

Anh không làm em đau đâu.
Ahny kohng làhm em dow doh.

I just want to touch you.

Anh chỉ muốn được rờ em thôi.
Ahny chẻe moo-óhn duh-ụhk rùh em toh-ee.

I just want to hold you.

Anh chỉ muốn được ôm em thôi.
Ahny chẻe moo-óhn duh-ụhk ohm em toh-ee.

Let's sit and hold hands.	Ngồi xuống và cầm tay trong tay. *Ngòh-ee soo-óhng vàhkùm teh trawng teh.*
Let's sing a song together.	Chúng ta hãy hát với nhau đi. *Chóong tah hẽh háht vúh-ee nyow dee.*
Sing a song for me.	Em hãy hát cho anh nghe đi. (Man speaking) *Em hẽh háht chaw ahny nghe dee.* Anh hãy hát cho em nghe nhé. (Woman speaking) *Ahny hẽh háht chaw em nghe nyé.*
You have a beautiful voice.	Em có giọng hát hay lắm. (Man speaking) *Em cáw zạwng háht heh lám.* Anh có giọng hát hay lắm. (Woman speaking) *Ahny cáw zạwng háht heh lám.*
Look into my eyes!	Hãy nhìn thẳng vào mắt anh! (Man speaking) *Hẽh nyèen tảng vòw mát ahny!* Hãy nhìn thẳng vào mắt em! (Woman speaking) *Hẽh nyèen tảng vòw mát em!*
Take your...off.	Cởi cái ... của em ra đi. *Củh-ee kái ... kỏo-ah em rah dee.*
—Clothes.	Quần áo. *Kwùn ów.*

—**Skirt.**	Áo đầm.
	Ów dùm.

—**Pants.**	Quần.
	Kwùn.

—**Panties.**	Quần lót.
	Kwùn láwt.

—**Socks.**	Vớ.
	Vúh.

—**Shoes.**	Giày.
	Zèh.

—**Bra.**	Nịt vú.
	Nẹet vóo.

Come closer!

Hãy đến gần bên anh!
    (Man speaking)
Hẽh déhn gùn behn ahny!
Hãy đến gần bên em!
    (Woman speaking)
Hẽh déhn gùn behn em!

Let's tickle each other.　　Thọc lét em nè.
　　　　　　　　　　　　　　　　(Man speaking)
　　　　　　　　　　　　　Tạwk lét em nè.
　　　　　　　　　　　　　Thọc lét anh nè.
　　　　　　　　　　　　　　(Woman speaking)
　　　　　　　　　　　　　Tạwk lét ahny nè.

BETWEEN THE SHEETS

I wanna see your...　　　Anh muốn thấy ... của em.
　　　　　　　　　　　　　　(Man speaking)
　　　　　　　　　　　　　*Ahny moo-óhn téh ... kỏo-ah
　　　　　　　　　　　　　　em.*
　　　　　　　　　　　　　Em muốn thấy ... của anh.
　　　　　　　　　　　　　　(Woman speaking)
　　　　　　　　　　　　　*Em moo-óhn téh ... kỏo-ah
　　　　　　　　　　　　　　ahny.*

I wanna touch your...	Anh muốn được rờ ... của em. (Man speaking)
	Ahny moo-óhn duh-ụhk rùh ... kỏo-ah em.
	Em muốn được rờ... của anh. (Woman speaking)
	Em moo-óhn duh-ụhk rùh ... kỏo-ah anh.
I wanna suck your...	Anh muốn bú... của em. (Man speaking)
	Ahny moo-ãwn bóo ... kỏo-ah em.
	Em muốn bú... của anh. (Woman speaking)
	Em moo-ãwn bóo... kỏo-ah ahny.
—Breasts.	Ngực.
	Vú.*
	Ngụhk.
	*Vóo.**
*Less polite form	
—Penis.	Cu.
	Cặc.*
	Koo.
	*Kạk.**
*Less polite form	
—Vagina.	Lồn.
	Lòhn.
—Balls.	Trứng dái.
	Trũhng zái.
—Nipples.	Núm vú.
	Nóom vóo.

—Ass.	Đít. *Déet.*
—Knees.	Đầu gối. *Dòh góh-ee.*
—Toes.	Ngón chân. *Ngáwn chun.*
I don't want to get pregnant.	Em không muốn có thai đâu. *Em kohng moo-óhn káw tai doh.*
Don't worry, I'll be careful.	Đừng có lo, anh sẽ cẩn thận. *Dùhng káw law, ahny shẽ kủn tụn.*
I'll take it out when I come.	Anh sẽ rút ra khi nào gần tới. *Ahny shẽ róot rah kee nòw gùn túh-ee.*
Use a condom!	Đeo bao cao-su đi! *Deo bow kow-shoo dee!*
I don't like condoms.	Anh không thích đeo bao cao-su đâu. *Ahny kohng téech deo bow kow-shoo doh.*

No condom, no sex!	Không có baocao-su, không có làm tình! *Kohng káw bowkaw-shoo, kohng káw làhm tèeny!*
Haven't you heard about AIDS?	Anh có nghe về bệnh SIDA không? *Ahny káw nghe vèh bẹhny SHEEDAH kohng?*
Put it in!	Thụt nó vô đi mà! *Tọot náw voh dee màh!*
Ooh, that feels good!	À, đã quá đi thôi! Sướng quá! *Àh, dãh kwá dee toh-ee! Shuh-úhng kwá!*
Faster, faster!	Nhanh lên, nhanh lên! *Nyahny lehn, nyahny lehn!*
More, more!	Thêm nữa, thêm nữa! *Tehm nũh-ah, tehm nũh-ah!*
Deeper, deeper!	Vô sâu thêm, vô sâu thêm! *Voh shoh tehm, voh shoh tehm!*
Ooh, yes, yes!	À, đã quá, đã quá! *Àh, dãh kwá, dãh kwá!*
Is that it?	Xong rồi hả? *Sawng ròh-ee hảh?*
Yeah!	Ừa. *Ùh-ah.*
That was good.	Đã thiệt. *Dãh tee-ẹht.*

I want to be your wife.
Em muốn thành vợ anh.
Em moo-óhn tàhny vụh ahny.

I want to be your husband.
Anh muốn thành chồng của em.
Ahny moo-óhn tàhny chòhng kỏo-ah em.

I want you to marry me.
Em muốn anh cưới em.
Em moo-óhn ahny cuh-úh-ee em.

Let's get married.
Chúng ta hãy cưới nhau nhé.
Chóong tah hẽh cuh-úh-ee nyow nyé.

I don't want to get married yet.
Anh chưa muốn đám cưới. (Man speaking)
Ahny chạ-ah moo-óhn dáhm cuh-úh-ee.
Em chưa muốn đám cưới. (Woman speaking)
Em chuh-ah moo-óhn dáhm cuh-úh-ee.

I'm too young.	Anh vẫn còn trẻ lắm.
	(Man speaking)
	Ahny vūn kàwn trẻ láhm.
	Em vẫn còn trẻ lắm.
	(Woman speaking)
	Em vūn kàwn trẻ láhm.

I'm already married.
Anh đã có vợ rồi.
Ahny dāh káw vụh ròh-ee.

**I love you, but I can't
be your wife.**
Em yêu anh, nhưng không
thể làm vợ anh.
*Em yêu ahny, nyuhng kohng
thểh làhm vụh ahny.*

**I love you, but I can't
be your husband.**
Anh yêu em, nhưng anh
không thể làm chồng em.
*Ahny yeh-oo em, nyuhng ahny
kohng thểh làhm chòhng em.*

**I'll need some time
to think about it.**
Anh cần thời gian để suy
nghĩ. (Man speaking)
*Ahny cùn tã-ee zahn dểh shoo-
ee nghēe.*
Em cần thời gian để suy
nghĩ. (Woman speaking)
*Em cùn tã-ee zahn dểh shoo-ee
nghēe.*

Do you want to come with me to...	Em có muốn theo anh về ... không (Man speaking)
	Em káw moo-óhn teo ahny vèh ... kohng
	Anh có muốn theo em về ... không (Woman speaking)
	Ahny káw moo-óhn teo em vèh ... kohng
—the U.S.?	Mỹ?
	Mēe?
—Canada?	Gia Nã Đại?
	Zah Nãh Đại?
—Australia?	Úc?
	Óok?
—Europe?	Âu Châu?
	Oh Choh?
I wanna stay in Vietnam.	Anh muốn Ở Việt Nam thôi. (Man speaking)
	Ahny moo-óhn Ảw Vee-ẹht Nahm toh-ee.
	Em muốn ở Việt Nam thôi. (Woman speaking)
	Em moo-óhn ủh Vee-ẹht Nahm toh-ee.

Farewell 11

I don't want to see you again!

Em không muốn gặp anh nữa! (Woman speaking)
Em không muốn gặp anh nữa!
Anh không muốn gặp em nữa! (Man speaking)
Anh không muốn gặp em nữa!

I hate you!

Em hận anh!
(Woman speaking)
Em hận anh!
Anh hận em!
(Man speaking)
Anh hận em!

I don't love you anymore.

Em không còn yêu anh nữa.
(Woman speaking)
Em không còn yêu anh nữa.
Anh không còn yêu em nữa.
(Man speaking)
Anh không còn yêu em nữa.

Stop following me!

Đừng theo em nữa!
(Woman speaking)
Đừng theo em nữa!
Đừng theo anh nữa!
(Man speaking)
Đừng theo anh nữa!

Stop bothering me!

Đừng làm phiền em nữa!
  (Woman speaking)
Đừng làm phiền em nữa!
Đừng làm phiền anh nữa!
  (Man speaking)
Đừng làm phiền anh nữa!

It's all my fault.

Toàn bộ là lỗi của em.
  (Woman speaking)
Toàn bộ là lỗi của em.
Toàn bộ là lỗi của anh.
  (Man speaking)
Toàn bộ là lỗi của anh.

Understand me!

Hiểu cho em nhé!
  (Woman speaking)
Hiểu cho em nhé!
Hiểu cho anh nhé!
  (Man speaking)
Hiểu cho anh nhé!

I'll never forget you.

Em không bao giờ quên anh.
  (Woman speaking)
Em không bao giờ quên anh.
Anh không bao giờ quên em.
  (Man speaking)
Anh không bao giờ quên em.

I'll always think about you.

Em sẽ luôn luôn nghĩ về anh.
  (Woman speaking)
Em sẽ luôn luôn nghĩ về anh.
Anh sẽ luôn luôn nghĩ về em.
(Man speaking)
Anh sẽ luôn luôn nghĩ về em.

I'll call you from America.

Em sẽ từ Mỹ gọi về cho anh.
  (Woman speaking)
Em shẽ tùh Mẽe gạw-ee vèh chaw ahny.
Anh sẽ từ Mỹ gọi về cho em.
  (Man speaking)
Ahny shẽ tùh Mẽe gạw-ee vèh chaw em.

I will come back to Vietnam.

Em sẽ trở về Việt Nam.
  (Woman speaking)
Em shẽ trủh vẹh Vee-ẹht Nahm.
Anh sẽ trở về Việt Nam.
  (Man speaking)
Ahny shẽ trủh vẹh Vee-ẹht Nahm.

Do you have to go?

Anh phải đi thật sao?
    (Woman speaking)
Ahny fải dee tụt show?
Em phải đi thật sao?
    (Man speaking)
Em fải dee tụt show?

I have to go.

Em phải đi.
    (Woman speaking)
Em fải dee.
Anh phải đi.
    (Man speaking)
Ahny fải dee.

Wait for me!

Chờ em nhé!
    (Woman speaking)
Chòoh em nyáhw!
Chờ anh nhé!
    (Man speaking)
Chòo ahny nyé!

Don't cry!

Đừng khóc nữa!
Dùhng káwk nẹe-ah!

Take care of yourself.

Bảo trọng nhé.
Bỏw trạwng nyé.

Good-bye.

Tạm biệt.
Tạhm bee-ẹht.

The Other Side 12

It's over.

Đến đây là chấm dứt.
Déhn deh làh chúm zúht.

I can't see you anymore.

Anh không thể gặp em
được nữa. (M to F)
Ayny kohng thể gặp em
được nữa.
Em không thể gặp anh
được nữa. (F to M)
Em không thể gặp anh
được nữa.

I won't call you anymore.

Anh sẽ không diện cho em
nữa. (M to F)
Ahny shẽ kohng dee-ẹhn
chaw em nũh-ah.
Em sẽ không diện cho anh
nữa. (F to M)
Em shẽ kohng dee-ẹhn
chaw ahny nũh-ah.

I don't love you anymore.

Anh không còn yêu em nữa.
(M to F)
Ahny kohng kàwn ee-eh-oo
em nũh-ah.
Em không còn yêu anh nữa.
(F to M)
Em kohng kàwn ee-eh-oo
ahny nũh-ah.

I have another girlfriend/ boyfriend.	Anh có bạn gái khác rồi. (M to F) *Ahny káw bạhn gái káhk ròh-ee.* Em có bạn trai khác rồi. (F to M) *Em káw bạhn trai káhk ròh-ee.*
Being with you is no fun.	Đi chơi với em không vui. (M to F) *Dee chuh-ee vúh-ee em kohng voo-ee.* Đi chơi với anh không vui. (F to M) *Dee chuh-ee vúh-ee ahny kohng voo-ee.*
You're boring!	Đi chơi với em chán lắm. (M to F) *Dee chuh-ee vúh-ee cháhn lám.* Đi chơi với anh chán lắm. (F to M) *Dee chuh-ee vúh-ee cháhn lám.*
Stop bothering me!	Đừng quấy rầy anh nữa. (M to F) *Dùhng kwéh rèh ahny nũh-ah.* Đừng quấy rầy em nữa. (F to M) *Dùhng kwéh rèh em nũh-ah.*

You don't love me anymore, do you?	Em hết yêu anh rồi, phải không? (M to F) *Em héht ee-eh-oo ahny ròh-ee, fải không?* Anh hết yêu em rồi, phải không? (F to M) *Ahny héht ee-eh-oo em ròh-ee, fải không?*
Do you have another girlfriend/boyfriend?	Em có bạn trai khác rồi, phải không? (M to F) *Em káw bạhn trai káhk ròh-ee, fải kohng?* Anh có bạn gái khác rồi, phải không? (F to M) *Ahny káw bạhn gái káhk ròh-ee, fải không?*
It's my fault.	Lỗi tại anh. (M to F) *Lõh-ee tại ahny.* Lỗi tại em. (F to M) *Lõh-ee tại em.*
Can't we start again?	Chúng mình bắt đầu lại dược không? *Chóong mèeny bát dòh lại duh-ụhk kohng?*
Life is meaningless without you.	Không có em thì dời vô nghĩa. (M to F) *Kohng káw em tèe dùh-ee voh nghĩa.* Không có anh thì dời vô nghĩa. (F to M) *Kohng káw ahny tèe dùh-ee vô nghĩa.*

Please understand my feelings.	Xin hiểu cho anh. (M to F) *Seen hee-ẻh-oo chaw ahny.* Xin hiểu cho em. (F to M) *Seen hee-ẻh-oo chaw em.*
I will never forget you.	Anh sẽ không bao giờ quên em. (M to F) *Ahny shẽ kohng bow zùh kwehn em.* Em sẽ không bao giờ quên anh. (F to M) *Em shẽ kohng bow zùh kwehn anh.*
Remember me sometimes.	Hãy nhớ đến anh nhé. (M to F) *Hã-ee nyúh déhn ahny nyé.* Hãy nhớ đến em nhé. (F to M) *Hã-ee nyúh déhn em nyé.*
I'll always think of you.	Anh sẽ luôn nhớ đến em. (M to F) *Ahny shẽ loo-ohn nyúh déhn em.* Em sẽ luôn nhớ đến anh. (F to M) *Em shẽ loo-ohn nyúh déhn ahny.*
Please wait for my return.	Chờ anh nhé. (M to F) *Chùh ahny nyé.* Chờ em nhé. (F to M) *Chùh em nyé.*

Wipe your tears.

Lau nước mắt đi.
Low nuh-úhk mát dee.